കഥാമിത്രം കവിതാസമാഹാരം

കൊച്ചിൻസാഹിത്യഅക്കാദമി

ISBN 979-888521348-6

അർജ്ജുനൻമാഷ്

കൊച്ചിൻ സാഹിത്യ അക്കാദമിയുടെ രക്ഷാധികാരിയായിരുന്ന
സംഗീതകുലപതി എം.കെ. അർജ്ജുനൻമാഷിന്
സ്മരണാഞ്ജലികൾ

കേരള സാഹിത്യ അക്കാദമി

ഉള്ളടക്കം

ഉള്ളടക്കം

ആമുഖം

കൊച്ചിൻ സാഹിത്യ അക്കാദമിയുടെ കഥാമിത്രം സംഗമത്തിന്റെ ഭാഗമായി ഒരു കവിതാ സമാഹാരം കൂടി പുറത്തിറങ്ങുന്നു എന്നത് കവിതയെ സ്നേഹിയ്ക്കുന്നവർക്ക് ഏറെ സന്തോഷകരമായ ഒരു വാർത്തയാണ്. മലയാള കവിതയുടെ നവ വസന്തത്തിന് കാരണമാകാവുന്ന ഒരു കൂട്ടം കവികൾ ഇവിടെ ഒത്തുചേരുന്നു.. അതിൽ എഴുതി തെളിഞ്ഞവരുമുണ്ട് ,എഴുതി തുടങ്ങുന്നവരുമുണ്ട്. കാലത്തിന്റെ പുതിയ ഭാവുകത്വം അവതരിപ്പിയ്ക്കുന്ന ഈ കൃതിയ്ക്ക് ഏറെ വായനക്കാരുണ്ടാകട്ടെ - മലയാള സാഹിത്യ ചരിത്രത്തിൽ ഈ കവികളുംഅവരുടെ കവിതകളും ഏറെ ചർച്ച ചെയ്യപ്പെടട്ടെ എന്ന് ആത്മാർഥമായി ആശംസിയ്ക്കുന്നു.

ഇത്തരം ഒരു സംരംഭത്തിന് സാരഥ്യം വഹിച്ച കൊച്ചിൻ സാഹിത്യ അക്കാദമി കഥാമിത്രം സാഹിത്യ കൂട്ടായ്മയ്ക്ക് ഇനിയും ഇത്തരം ഏറെ കാര്യങ്ങൾ ചെയ്യു വാൻ അവസരമുണ്ടാകട്ടെ എന്ന പ്രാർത്ഥനയോടെ ഈ സംരംഭത്തിന് എന്റെ ഹൃദ്യമായ ആശംസകൾ.

സുധീർ പറൂര്

1. തേങ്ങുന്ന ക്ലാസ്സ്മുറികൾ

അറിവിൻ മധുരം നുകരാൻ
വിദ്യാലയമാകും മലർവാടിയിൽ
പാറി പറന്നു വരും പൂമ്പാറ്റകളെ
നിങ്ങൾക്കൊരായിരം സ്നേഹാ -
ഭിവാദ്യങ്ങൾ നേരുന്നു ഹാർദ്രമായി
ആടിയും പാടിയും ആമോദിച്ചും
പള്ളിക്കൂടത്തിലെത്തേണ്ട
വാനമ്പാടികളെ.. നിങ്ങൾ തൻ
കളിചിരികളും.. തല്ലും വഴക്കും
കേൾക്കാൻ കൊതിക്കുന്നു
വിദ്യാലയത്തിൻ ചുവരുകൾ
തേങ്ങുന്നൂ ക്ലാസ്സ് മുറികളും
നിങ്ങളുടെയിരിപ്പിടങ്ങളും
മൂകത തങ്ങി നില്കുമീ
സരസ്വതി ക്ഷേത്രം ഇനിയെന്നു
മുഖരിതമാകും പച്ചപ്പനന്തത്തകളെ
കൊഞ്ചലും.. മൊഴികളും
കേട്ടുണരട്ടെ മാനവും.. ഭൂമിയും ..
****

ഒ.കെ.ശൈലജ ടീച്ചർ

കോഴിക്കോട് ജില്ലയിൽ അഴിയൂരിൽ ജനനം. അച്ഛൻ :കൃഷ്ണൻ, അമ്മ :ദേവൂട്ടി. അഴിയൂർ ഈസ്റ്റ്. യു. പി. സ്കൂൾ, അഴിയൂർ സെക്കന്ററി ഹൈസ്കൂൾ, മടപ്പള്ളി ഗവ :കോളേജ്, മൂവാറ്റുപുഴ ടീച്ചേർസ് ട്രെയിനിങ് സെന്റർ, എന്നിവിടങ്ങളിൽ വിദ്യാഭ്യാസം. വിഷ്ണുമംഗലം എൽ. പി. സ്കൂൾ അധ്യാപികയായി ഇരുപത്തേഴ് വർഷത്തെ സേവനം,2013ൽ വോളന്ററി റിട്ടയേർമെന്റ് ചെയ്തു.സാമൂഹികമാധ്യമങ്ങളിലും മുഖപുസ്തകക്കൂട്ടായ്മകളിലും സജീവ സാന്നിധ്യമാണ്.

2. താടക

ഇവളാണ് താടക ഇവളാണ് താടക....
കാടിളക്കി ഭരിക്കുന്നൊരു താടക.
ഇവളെന്റെയുള്ളിൽ കുടികൊള്ളും താടക
ആരെയും കൂസാതെ
കാട്ടിലെ റാണിയായ്
വാണിടും താടക
ആരും ഭയക്കുന്ന..
നീചയാം താടക
കാടിളക്കി വിറപ്പിക്കുന്ന താടക
എന്റെ മനസ്സിൽ വസിക്കുന്ന താടക
എന്നെ അടക്കി ഭരിക്കുന്ന താടക
വഴിപോക്കരെ കൊന്നുതിന്നുന്നവൾ
ചോര കുടിച്ചു രസിക്കുന്നവൾ..
ഭീകരമാം മുഖം ഭീകരം ആകാരം....
ഭീകരമായൊരു ദംഷ്ട്രങ്ങളും...
എന്തിനാണീ നീച, എന്നുള്ളിൽ വാഴുന്നു..
എന്നെ അടക്കി ഭരിച്ചിടാനോ......
ഘോരമാം കാനനം
വെട്ടി നിരത്തണം....
താടകയെ ആട്ടി
പായിക്കണം...
ആരുണ്ടിതു ചെയ്യാൻ.
"പൂച്ചക്ക് മണി കെട്ടാൻ..."

എലികൾക്ക് പൂച്ചയെ പേടിയല്ലേ..
പിന്നെങ്ങനെ മണി
കെട്ടിടുന്നൂ..
ആരുണ്ടീ താടകയെ
പായിക്കാൻ..
ഈ വഴി പോകുമോ
ശ്രീരാമ ലക്ഷ്മണർ..
താടകയെ എയ്തു
വീഴ്ത്തീടുമോ...
ശ്രീരാമനോടൊപ്പം
ലക്ഷ്മണനും വേണം
താടകയെ എയ്തു കൊന്നീടുവാൻ....
ധർമ്മം ജയിക്കണം..
അധർമ്മം ക്ഷയിക്കണം......
രാമാവതാരമാണെന്റെ ലക്ഷ്യം....
പിന്നെ രാമരാജ്യം വരും
നീതി വാഴും..
താടകമാരെ വകവരുത്തും.....
രാവണൻ തൊട്ടുള്ള
ദുഷ്ടർകളെ....
വേരോടെ കൊന്നു ധർമ്മം രക്ഷിക്കും
പിന്നെന്റെ ഉള്ളിലെ താടകയും....
ഭസ്മമാകും പൊടി....
ഭസ്മമാകും ..
എന്റെ മനസ്സിൽ
നിബിഡമായ
കാട്ടിലെ കൂരിരുട്ടസ്തമിക്കും...

തൂവെളിച്ചം വരും, ശോഭയേകും……
പാരിടമെല്ലാം പവിത്രമാകും….
രാമ ദേവാ…. ലക്ഷ്മണനുമായി
എന്റെ മനസ്സിനെ ശാന്തമാക്കൂ…
****

ചന്ദ്രമതി മുല്ലപ്പിള്ളി

പാലക്കാട് ജില്ലയിൽ പട്ടാമ്പി-നടുവട്ടം എന്ന സ്ഥലത്ത്
താമസിക്കുന്നു കഥയും കവിതയും എഴുതാറുണ്ട്.
കഥാമിത്രത്തിൽ സ്ഥിരമായി കഥകൾ എഴുതാറുണ്ട്
.പാട്ട് കേൾക്കാൻ ഇഷ്ടമാണ് ഭർത്താവും രണ്ടു ആൺ
മക്കളും ഉണ്ട്.ഇപ്പോൾ ഒരു വീട്ടമ്മയായി
ഭർത്താവിനോപ്പം നടുവട്ടത്തെ വീട്ടിൽ താമസിക്കുന്നു.

3. സ്നേഹപൂർവ്വം അമ്മയ്ക്ക്

അക്ഷരമാലയിൽ ആദ്യാക്ഷരമാം
അ യിൽ വിളങ്ങുന്നു 'അമ്മ'.
ആദ്യമായ് കണ്ടതെന്നമ്മയെ
ആദ്യം വിളിച്ചതും അമ്മയെന്ന്..
ഏതൊരാപത്തിലും ആദ്യം സ്മരിക്കുന്ന
ആ പരബ്രഹ്മമാണ് അമ്മ.
അമ്മയെ ഓർക്കാതൊരു നിമിഷമില്ല.
അമ്മയെ വിളിക്കാത്ത ഒരു നാളുമില്ല.
പൊക്കിൾക്കൊടി മുറിച്ചിരുമെയ്യായ് തീർന്നാലും
അറ്റു പോകാതെ ബന്ധങ്ങൾ കാത്തീടുമമ്മ.
മക്കളായെത്രപേർ പിറന്നുവെന്നാകിലും
അമ്മയ്ക്കവരേവരും തുല്യരല്ലോ..
അമ്മിഞ്ഞപാലാം അമൃതം പകരുമ്പോൾ
ആത്മനിർവൃതി നേടുന്നു അമ്മ.
പിച്ച നടക്കുമ്പോൾ കാലൊന്നു ഇടറിയാൽ
ആകുലതയോടെന്നെ വാരി പുണരും.
മൂർദ്ധാവിൽ ചുംബനപൂക്കൾ പതിക്കും
കരുണതൻ നെയ്ത്തിരിനാളമായ് മാറും.
ദുർഘടപാതകൾ താണ്ടി തളരുമ്പോൾ
വഴിക്കണ്ണുമായ് കാത്തു നിന്നീടുമെന്നും.
കരുണതൻ നെയ്ത്തിരി നാളമായ് മാറും
താങ്ങായ് തണലായ് സാന്ത്വനമാകും.

ആയിരം പൊൻപണം ഏകിയാലും
മാതൃ സ്നേസഹത്തിനു പകരമാകില്ല.
****

സൂരജ് കടവിൽ

ഞാൻ സൂരജ് കടവിൽ .
തൃശ്ശൂർ ജില്ലയിൽ കണ്ണാറ എന്ന ദേശത്തു
താമസിക്കുന്നു.
ചെറിയരീതിയിൽ എഴുതും..വായനയും ഇഷ്ടം.
ഒരു പ്രവാസിയാണ്ബഹറിനിൽ ജോലി ചെയ്യുന്നു....
ഭാര്യയും രണ്ടുകുട്ടികളും അടങ്ങുന്ന സന്തുഷ്ട
കുടുംബം.

4. കൈരളിയുടെ ദുഃഖം

അയ്യയ്യോ കേൾക്കുന്നൊരു നിലവിളി...
രണശോഭിതമായുയരുന്ന കൊടികളാൽ
മാറതിൽ നിന്നിതാ രക്തപ്പുഴയൊഴുകുന്നൂ....
അപ്പുറം കേൾക്കാം മറ്റൊരു വിലാപം.....
മാനം മറയ്ക്കാൻ പൊരുതിയ പെണ്ണവൾ
മാനത്തിനായ് താണു വീണു കേണീടുന്നൂ....
നരിയെയും നാണിപ്പിക്കും വിധം നരനതാ
ആർത്തിപൂണ്ടവളെ ഭോഗിക്കവെ,
ഊട്ടിയകരംകൊണ്ടു പെറ്റമക്കൾക്കുദകക്രിയ
ചെയ്തങ്ങു ചിലർ കാമപൂരണം നടത്തുന്നു...
വേനലിൽ വരളുന്ന പുഴകളും കേഴുന്നു
വേഴാമ്പൽ കാക്കുന്ന ദാഹജലത്തിനായ്
അനാഥബാല്യങ്ങളലയുന്നു തെരുവോരം,
പശിയേറ്റ നായകിടാങ്ങളെ പോൽ....
മൂങ്ങയെ പോലതാ വൃദ്ധമാതാപിതാക്കളും
ഇരുളറയ്ക്കുള്ളിലൊതുങ്ങിടുന്നൂ....
ഛദ്മ താപസർക്കുമില്ല പഞ്ഞം..
മറുപുറം മഹാവ്യാധിയും പ്രളയവും
ഉറഞ്ഞുതുള്ളുന്നു കോമരം പോൽ...
ജീവൽഭയത്താൽ ഉഴലുന്ന മാനവർ,
മഹിതൻ മടിയിലഭയത്തിനണഞ്ഞവർ വീഴുന്നു
ചിറകരിഞ്ഞുള്ള ഈയലുമാതിരി...
ജീവനൊരു കേവലം നീർക്കുമിളയെന്നോർക്കാതെ

പോയുന്ന മാനവനില്ലൊരു തെല്ലിട പോലുമേ കൈരളി
പെണ്ണവളുടെ രോദനം കേൾപ്പത്തിനും...
****

ഷിന്റു കണ്ണൻ

കിഴക്കിന്റെ വെനീസ് ആയ ആലപ്പുഴയിലെ കുട്ടനാട്,
ചെറുകര യിൽ ജനനം....ഇപ്പോൾ എറണാകുളം
ജില്ലയിൽ കിഴക്കമ്പലത്ത് താമസം..
ഭർത്താവ്- കണ്ണൻ, ഒരു മകൾ - ശിവതീർത്ഥ
എഴുത്തുകളിൽ ഏറെയും കവിതകളും വായിക്കാൻ
ഇഷ്ടം കഥകളുമാണ്...ഓൺലൈൻ എഴുത്ത്
മേഖലയിൽ സജീവ സാന്നിധ്യം

5. വാക്ക്

വാക്കുകൾ കൊണ്ട് സാന്ത്വനപ്പെടുത്താം
വാക്കുകൾ കൊണ്ട് മുറിവേൽപ്പിച്ചീടാം.
ഒരു വാക്കിനാലൊരു ജീവൻ കൊടുക്കാം
ഒരു വാക്കിനാലൊരു ജീവനെടുക്കാം
പകപുകയുന്ന വാക്കുകളിലെന്നും
യമൻ വസിക്കുന്നുണ്ടെന്നറിഞ്ഞീടണം
വിദ്വേഷത്തിൻ ഭാഷ യ്ക്കെത്ര ദുർഗന്ധമെങ്കിലോ
സ്നേഹത്തിൻ ഭാഷയ്ക്കെത്ര നിറസൗരഭ്യം
****

ഡോ: മനോജ് പരാശക്തി

കവിയും   ,   കഥാകൃത്തും   ,   ഗാനരചയിതാവും
മോട്ടിവേറ്റീവ് ഹിപ്നോട്ടിക്ക് കൗൺസിലറും
ആർക്കിടെകും ആണ്

പുസ്തകങ്ങൾ: ഈശ്വരൻ സത്യമാണ്, തീർത്ഥാടനം,
ഭ്രാന്ത് പൂക്കാത്തൊരിടം

പത്മശ്രീ : കെ.ജി ജയൻ സംഗീതം നൽകി ,മധുബാല
കൃഷ്ണൻ , മഞ്ജരി എന്നിവർ ആലപിച്ച വന്ദേ
മുകുന്ദം ഉൾപ്പെടെ 9 ആൽബങ്ങൾക്ക് ഗാനരചന
നിർവ്വഹിച്ചു.

കോട്ടയം കുറിച്ചി സ്വദേശി.

പ്രശസ്ത കഥകളി നടനായിരുന്ന കുറിച്ചി സുകുമാരൻ
കുട്ടിയുടെയും ജാനമ്മയുടെയും മൂത്ത മകനാണ്.

ഭാര്യ: സുധ മനോജ്

മക്കൾ: അനന്തകൃഷ്ണൻ , മീനു മനോജ്

പരാശക്തി , കുറിച്ചി P.O

9447326182

6. നിളയിൽ ഒരുരാത്രി

പൗർണ്ണമിയിൽ
നിളയിൽ പോകണം
നിലാവിൽ പുഴയിൽ കുളിക്കണം
കണ്ണുകളടച്ചു പുഴയുടെ ഒഴുക്കും
അന്തരാത്മാവിന്റെ സംഗീതവും
പുഴയിലൊഴുകുന്ന വേദനകളും
ആത്മാവുകളുടെ ഗദ്ഗദങ്ങളും
തൊട്ടറിഞ്ഞു, അനുഭവിച്ചു
പുഴക്കൊപ്പം ഒഴുകണം
രാത്രിയിൽ മണൽത്തട്ടിൽ
നിലാവ് കണ്ടു, പുഴയുടെ
താരാട്ടുകേട്ടുറങ്ങണം
അപ്പോഴെല്ലാം നീ
കൂടെയുണ്ടാകണം
ഉറങ്ങുമ്പോൾ
മണൽത്തട്ടിൽ നിന്ന്
കൈനീട്ടിയാൽ
ഒഴുകുന്ന പുഴയിൽ
എനിക്ക് നിന്നെ തൊടാം
നിന്റെ പ്രണയം
അനുഭവിക്കാം
****

കാവല്ലൂർ മുരളീധരൻ

കാവല്ലൂർ മുരളീധരൻ, രണ്ടു പതിറ്റാണ്ടിലേറെയായി സൗദി അറേബ്യയിൽ ജോലി ചെയ്യുന്നു. നാട് പടിയൂർ, ഇരിഞ്ഞാലക്കുടക്കടുത്ത്, തൃശ്ശൂർ ജില്ല.

7. മാംഗല്യസൂത്രം

മഞ്ഞളിൽ നീരാടി മൈലാഞ്ചി മൊഞ്ചോടെ
മണവാട്ടിപ്പെണ്ണാകാൻ മനസ്സൊരുങ്ങി...
പാൽനിലാവൊഴുങ്ങുന്ന പൗർണ്ണമി രാവിൽ
പുടവയുമായ് വന്നു പൂത്തിങ്കൾ...
പുലർമഞ്ഞ് കാലത്ത് കുടമുല്ലപ്പൂവുമായ്
മുടിയിഴ തഴുകി കുളിർ തെന്നലും
പൊന്നിൻ തളികയിൽ തങ്കവുമായ് വന്നു
ആഴിതൻ പ്രിയനാം ആദിത്യനും ..
ദക്ഷിണ വെയ്ക്കുവാൻ താംബൂലവുമായിവന്നു
വെറ്റിലച്ചെല്ലം നിര നിരയായ് ...
വേളിപ്പെണ്ണിനെ സ്വീകരിക്കാനായി
അഷ്ടമാംഗല്യത്തട്ടൊരുങ്ങിയല്ലോ
ഏഴുതിരികളിലും പ്രഭചൊരിഞ്ഞു അഗ്നിയും
സാക്ഷിയായ് തെളിഞ്ഞുകത്തി.
കന്യാദാനത്തിൽ പുണ്യാഹം തളിക്കാൻ
സപ്തനദികളും ഒഴുകി വന്നു ....
സ്വയംവരത്തിനുള്ള മുഹൂർത്തത്തിൽ തന്നെ
തുളസി കതിർഹാരവുമായിവന്നു ..
പുതിയൊരു ബന്ധത്തിൻ മാറ്റു കൂട്ടാനായി
മഞ്ഞച്ചരടിൽ തങ്കത്താലിവന്നു...
നാദസ്വരത്തിൻ മേളം മുറുകുമ്പോൾ
കുരവയുമായ് വന്നു പുള്ളിക്കുയിലുകൾ
പതിവ്രതയായപതിയെവരവേൽക്കാനായ്

കുങ്കുമച്ചെപ്പും നിറഞ്ഞുനിന്നു.
ഇരു ഹൃദയങ്ങളും ഒന്നായനേരത്ത്
മലരിൻദളവുമനുഗ്രഹവർഷമായി....
****

ശിവപ്രിയ രതീഷ്

പി. ജീ രാമചന്ദ്രന്റെയും തങ്കമണിയുടെയും മകളായി
1987 നവംബർ 19 തിന് അപ്പർ കുട്ടനാട്ടിൽ ജനനം
പൊതുപ്രവർത്തകയും ,ഓൾ കേരള ടെയല്റിങ്ങ്
അസോസ്സിയേഷന്റെ യൂണിറ്റ് സെക്രട്ടറി ആയും
പേവർത്തിക്കുന്നു.

ആനുകാലിക പ്രസിദ്ധീകരണങ്ങളിൽ കഥകളും കവിതകളും എഴുതാറുണ്ട് .

അക്ഷരച്ചിറക് തുന്നുന്നവർ എന്ന കവിത സമാഹാരത്തിൽ കുറച്ച് കവിതകൾ എഴുതിയിടുണ്ട് .ഷോട്ട് ഫിലിമിനും , ആൽബം സോങ്ങിനും വേണ്ടി ഗാനരചന എഴുതാറുണ്ട് . വിവാഹിത, ഭർത്താവ് :രതീഷ് കാഞ്ഞിരപ്പള്ളി .

8. ഉഗ്രശപഥം

കൗരവസഭയെ,യാകെയുലച്ചു
കുലുക്കും മട്ടിലുയർന്നു,- ദിഗന്തം,
ഞെട്ടിവിറയ്ക്കും‌പോലെ മുഴങ്ങി
മാരുതിതനയൻ തന്നുടെനാദം
"യുദ്ധത്തിൽ നിന്നുടൽവീഴ്ത്തും ഞാൻ
മാറുപിളർന്നു കുടിയ്ക്കും രുധിരം
ഇല്ലായ്കിൽ എൻ പൂർവ്വികർ നേടിയ
സുകൃതം എന്നിലലിഞ്ഞേക്കില്ല"
കുന്തീപുത്രൻ ഭീമൻ തന്നുടെ
ഇവ്വിധമുഗ്രമാം ശപഥംകേട്ടു
നടുങ്ങി ദുശ്ശാസനൻ, കൗരവസഭയും
ദുശ്ശകുനങ്ങൾ നിരവധികണ്ടു
കള്ളച്ചൂതിൽ തോറ്റു യുധിഷ്ഠിരൻ
തന്നെത്താനുടലർപ്പിച്ചടിമയായ്
പണയംവച്ചു പാഞ്ചാലിയുടെയഭി-
മാനത്തെയും കൗരവസഭയിൽ
ദ്രൗപദിതന്നുടെ വസ്ത്രമഴിച്ചു രസിച്ചു
ദുശ്ശാസന, നപ്പോൾ കൃഷ്ണൻ
മായകളാലെ സോദരിതന്നുടെ
മാനംമറയാതവളെക്കാത്തു
ഒടുവിൽ ഭാരതയുദ്ധമിരമ്പി
ദുശ്ശാസനവധമതു ചെയ്തു ഭീമൻ
നെഞ്ചുപിളർന്നു രുധിരം പാനം

ചെയ്‌വതുകണ്ടു ചിരിച്ചൂ ദ്രൗപദി
****

ദിനേശൻ കൂത്താട്ടുകുളം

സ്വദേശം- എറണാകുളം ജില്ലയിൽ കൂത്താട്ടുകുളം. കൂത്താട്ടുകുളം ജി.എച്ച്. എസ്സ്., ഉഴവൂർ സെന്റ്. സ്റ്റീഫൻസ് കോളേജ് . കളമശ്ശേരി ഫുഡ് ക്രാഫ്റ്റ് ഇൻസ്റ്റിറ്റ്യൂട്ട് എന്നിവിടങ്ങളിൽ വിദ്യാഭ്യാസം. 30വർഷമായി ഡൽഹി എൻ.സി.ആർ ഇൽ ഇന്ദിരാപുരത്ത് കുടുംബസമേതം താമസം. ജോലി:- നോയിഡയിൽ ഗാർമെന്റ്സ് എക്സ്പോർട്ട് കമ്പനിയിൽ ഇംപോർട്ട് & എക്സ്പോർട്ട് മാനേജർ ആയി ജോലിനോക്കുന്നു.

ഡൽഹിയിലെ സാംസ്കാരിക സംഘടനയായ ജനസംസ്കൃതിയിൽ സജ്ജീവപ്രവർത്തകൻ.

പുഴ.കോം പോലുള്ള ഓൺലൈൻ മാഗസിനിൽ കവിത എഴുതിയിരുന്നു.

ഭാര്യ: നീന ദിനേശൻ

മകൾ: അഞ്ജന ദിനേശൻ - (എം.ബി.എ). HDFC BANK ഇൽ ജോലിചെയ്യുന്നു.

മകൻ: ആദിത്യ ദിനേശൻ- ഡൽഹിയിൽ പതിനൊന്നാം ക്ലാസ് വിദ്യാർത്ഥി.

9. കാലം

നീ അറിയുന്നുവോ സഖേ..
പ്രതീക്ഷയുടെ കാത്തിരിപ്പുകൾ
ചിലപ്പോൾ നെടുവീർപ്പുകളായും
കണ്ണീർചാലുകളായും പുറത്തേക്ക്...
ആവർത്തന വിരസത തോന്നിയ
ചിലയോർമ്മകൾ നിശ്വാസകാറ്റിൽ
ഇനിയൊരിക്കലും തിരിച്ചുവരില്ലെന്നപോലെ
പറന്നകന്നു...
കാലത്തിൻ തേരുരുൾ പാച്ചിലിൽ
ഓടിത്തളർന്ന മനമോ
തേഞ്ഞുതീർന്ന പാദുകംപോലിന്ന്...
നിദ്രവന്നെന്നെ പുണരാൻ വൈകും നിശകളിൽ
അദൃശ്യമാം ചിലകരങ്ങൾ
സാന്ത്വനമായ് തഴുകുംപോലെ...
ശാന്തമാം പുഴപോലൊഴുകിയമനമിന്ന് അലറും
കടലായ് മാറ്റിയ കാലമേ നിന്നോടെനിക്ക്
അടങ്ങാത്ത രോഷമോ പകയോയെന്നറിയില്ല...
കാലമാം കള്ളക്കാമുകന്റെ മാറിൽ
തലചായ്ചുറങ്ങുമ്പോഴും
വ്യഥാ പ്രതീക്ഷയുടെ ചെറുനാമ്പുകൾ
വീണ്ടുമകതാരിൽ കിളിർക്കുന്നു...
****

ബിന്ദു വേണു ചോറ്റാനിക്കര

എറണാകുളം ജില്ലയിലെ ചോറ്റാനിക്കരയിൽ കണ്ണപ്പന്റെയും ലക്ഷ്മിയുടെയും നാലാമത്തെ മകളായി 1968- മെയ് 15 ന് ജനിച്ചു. ഇപ്പോൾ എറണാകുളം ജില്ലയിലെ തൃപ്പൂണിത്തുറയിൽ താമസം.

ഭർത്താവ് വേണു. മകൾ :ഹിമ.

നവ മാധ്യമ ഓൺലൈൻ മാസികകളിൽ കവിത, കഥ, ലേഖനം എന്നിങ്ങനെ നിരവധി രചനകൾ പ്രസിദ്ധീകരിച്ചിട്ടുണ്ട്. നിരവധി സാഹിത്യ ഗ്രൂപ്പുകളിൽ സജീവ സാന്നിധ്യമാണ്.

10. സുന്ദരിയാം കാശ്മീരം

ഞാനിന്നു നിൽക്കുന്ന
ഭൂമിയിലെ സ്വർഗ്ഗ
കവാടത്തിൽ നിന്നൊരു
കവിതയെഴുതീടട്ടെ!
ഞാനീ കുങ്കുമപ്പൂവ്വിനെ
ഒന്നു സ്നേഹിച്ചോട്ടെ..
സുന്ദരിയായൊരു കാശ്മീരത്തെ,
ഞാനൊന്നു പുണർന്നീടട്ടെ!
പൂക്കാലം വരും മുമ്പേ
ഋതു ഗർഭം ധരിച്ചു നിൽക്കുമാ
മലനിര താഴ്‌വരകൾ
കണ്ടിട്ടും മതിവരാത്ത കാഴ്ചകൾ
മഞ്ഞണിഞ്ഞ മലകളും
പുഷ്പസംഗമ തടാകങ്ങളും
വിരിഞ്ഞു നിൽക്കുമീ സുന്ദരിയാം കാശ്മീരം
തടാകത്തിലെ ചെറുതോണികൾ
തുഴഞ്ഞീടാനിനിയും കൊതിയാവുന്നു
ഇനിയും വരേണമീ സുന്ദരിയെ
വേളി കഴിച്ചീടുവാൻ!!
****

വിപിൻ പള്ളുരുത്തി

കൊച്ചിൻ സാഹിത്യ അക്കാദമിയുടെ പ്രസിഡന്റും,
ഒട്ടനവധി സാമൂഹിക സാംസ്ക്കാരിക സംഘടനകളുടെ
ഭാരവാഹിയുമാണ്.
പള്ളുരുത്തിയെന്ന സ്വദേശത്തിന്റെ കീർത്തി
സൈക്കിളിൽ നടത്തിയ ഭാരതപര്യടനത്തിലൂടെ
ഹിമാലയ മലനിരകളിൽ വരെ എഴുതി ചേർത്ത
അതുല്യ ബഹുമുഖപ്രതിഭ, ദേശീയ , അന്തർദ്ദേശീയ
പുരസ്ക്കാര ജേതാവാണ്, കവിയാണ്, കഥാകൃത്താണ്,
അഭിനേതാവാണ്. ജസ്റ്റിസ് കെ.സുകുമാരൻ നിന്നും
സാമൂഹ്യ രത്നപുരസ്കാരമായി ഒരു പവൻ സ്വർണ്ണ
പതക്കം നേടിയിട്ടുണ്ട്

11. മോഹം

പാരിലൊരു താരായ് വിരിയുവാൻ,
കാലങ്ങളേറെ കൊതിച്ചു ഞാൻ ,
അതിനായൊരു പുതുനാമ്പിൽ മുകുളമായ് ,
പലദിനം വ്രതമേറെ നോറ്റുഞാൻ ..
മഴമേഘങ്ങൾ മൂടിയ നിശയിലും...
പകലോനുണരുന്ന പുലരിയിലും,
നിനച്ചുപോയ് ഞാനെൻ മിഴിതുറക്കാൻ ,വ്യഥാ ..
കൊതിച്ചുപോയ് ദളമെന്ന് വിടർത്തീടുവാൻ .
മഴമേഘങ്ങൾ പുണരുന്ന രാത്രികളിൽ, വിണ്ണിൽ ...
വിധുവിന്റെ പുഞ്ചിരി മാഞ്ഞിടുമ്പോൾ , നിത്യം ...
കണ്ടുഞാൻ കനവിലൊരു നവപുലരിയേ,
ഒരു നാളിൽ ഞാൻകാണും പുതുപുലരിയേ ...
****

റോബിൻ പള്ളുരുത്തി

ശ്രീ. റോബിൻ പള്ളുരുത്തി, വർത്തമാനകാല ഫെയ്സ് ബുക്ക് സാഹിത്യ കൂട്ടായ്മകളിൽ സുപരിചിതനും , നിറസാന്നിധ്യവുമായ ഒരു രചയീതാവാണ്. കൂടാതെ കൊച്ചിൻ സാഹിത്യ അക്കാദമി, കഥാമിത്രം എന്ന ഫെയ്സ് ബുക്ക് സാഹിത്യ സൗഹൃദ കൂട്ടായ്മയുടെ പ്രധാന സാരഥിയുമാണ്.

രണ്ടു നോവലുകളും, ഒരുപാട് ചെറു കഥകളും, കവിതകളും എഴുതിയിട്ടുണ്ട്. എഴുതിക്കഴിഞ്ഞ രണ്ടു നോവലുകളിൽ "തീരങ്ങൾ കഥ പറയുമ്പോൾ " എന്ന നോവൽ 2020 - ൽ പ്രസിദ്ധികരിച്ചു, രണ്ടാമത്തെ നോവന്റെ പ്രസിദ്ധീകരണ പ്രവർത്തനങ്ങൾ

പുരോഗമിച്ചുകൊണ്ടിരിക്കുന്നു. ആദ്യ കവിതാസമാഹാരമായ കാവ്യഹാരവും , ചെറുകഥാ സമാഹാരമായ നിമിത്തവും 2021 ഓക്ടോബറിൽ പ്രസിദ്ധീകരിച്ചു. മാരത്തൺ കഥാരചനയിൽ ചുരുങ്ങിയ സമയംകൊണ്ട് ചെറുകഥാസാഹാരം പൂർത്തിയാക്കി പ്രസിദ്ധീകരിച്ചതിലൂടെ ഇന്ത്യ ബുക്ക് ഓഫ് റെക്കോർസിലും ഇടം നേടിയിട്ടുണ്ട്.

12. കളഞ്ഞുപോയ കൗമാരം

കളഞ്ഞു പോയ കൗമാര കാലങ്ങൾ
മടങ്ങി വരാ ഇനിയോർമ്മകൾ മാത്രമായ്
പൊയ്പ്പോയതൊന്നുമേ തിരികെ ലഭിക്കില്ല
കാലത്തിൻ നീതിയതെന്നോർക്കുക നാം.
ബാല്യവും കൗമാരവും ഏറ്റം സുഖപ്രദം
ആർത്തു തിമർത്തു വസിക്കു- മക്കാലത്ത്
മാതാവിൻ വാത്സല്യം ഏറ്റം നുകർന്നൊരാ
കാലത്തെയോർത്തീടിൽ നഷ്ടബോധം മാത്രം
അമ്മതൻ മടിത്തട്ടിൽ ഉണ്മയാലുറങ്ങുവാൻ,
അച്ഛന്റെ വാത്സല്യത്തെ ആവോളം നുകരുവാൻ
ചോദിച്ചതെല്ലാമതിലേറെയും നൽകി
നമ്മെ സ്നേഹാമൃതമൂട്ടി വളർത്തി വലുതാക്കി
മോഹമൊരു തൂവൽ പക്ഷിയായ്
മനസ്സിൽ താഴ്ചരയിൽ പീലി വിരിച്ചാടുന്ന കൗമാരം
കനവുകൾ ഒത്തിരി കണ്ടൊരാ കാലങ്ങൾ
വരികയില്ലിനി വെറുതെ മോഹിക്കേണ്ട.
****

വിജയാ മേനോൻ

അറിയപ്പെടുന്ന ജ്യോതിഷിയും വാസ്തുവിദഗ്ദയും
ഫാമിലികൗൺസലറുമാണ്.
കൂടാതെ എഴുത്തുകാരിയും.
കവിതകൾ, കഥകൾ ലേഖനങ്ങൾ
എന്നിവ എഴുതുന്നു.
നവമാദ്ധ്യമങ്ങളിലാണ് അധികവും എഴുതുന്നത്.
ജ്യോതിഷത്തിൽ നിരവധി പുരസ്കാരങ്ങൾ
ലഭിച്ചിട്ടുണ്ട്.
കഥ, കവിത, ലേഖനം മത്സരങ്ങളിൽ പല പ്രാവശ്യം
വിജയിയായിരുന്നു.
വളരെക്കാലമായി സാമൂഹികരംഗത്തും
പ്രവർത്തിക്കുന്നു.

13. അശ്രുപൂജ

എന്നാരാധ്യ പൂജ്യന്നു നേരുന്നു ഞാനൊരു
ആത്മ പ്രണാമമെൻ ഹൃത്തിൽ നിന്നും...
തെളിയാതെ മാഞ്ഞൊരു ഭാഗ്യനക്ഷത്രമേ
നിൻ വിളി കാതോർത്ത് ഞാനിരിപ്പൂ...
അണയാതെ ജ്വലിച്ചീടുവാൻ നീ
നീട്ടിയൊരിത്തിരിവെട്ടമെൻ വഴിത്താരയിൽ,
ഒത്തിരി മൺചിരാതിലേക്ക് പകർന്നുകൊണ്ടൊത്തിരി
കാതങ്ങൾ പിന്നിടുമ്പോൾ...
അറിയാതെ, പറയാതെ ഞാനറിഞ്ഞീടുന്നു
മൗനാനുരാഗത്തിൻ നൊമ്പരങ്ങൾ...
പറയാൻ കൊതിച്ചൊരാ വാക്കുകൾ അകതാരിൽ
മഞ്ഞുപുതച്ചു മയങ്ങിടുന്നു...
അറിയാതെയടുത്തിടും അറിഞ്ഞുകൊണ്ടകലുന്നു
അപരാധമറിയാത്ത ഹൃദയങ്ങൾ...
ആരോരുമറിയാത്ത നൊമ്പരമെല്ലാമെൻ
ഹൃദയത്തിൻ ചെപ്പിലൊതുക്കീടുന്നു ഞാൻ...
തലക്കലെരിയുമീയരിത്തിരി പോലെയെൻ
ആത്മാവു നിന്നിലലിഞ്ഞിടുമ്പോൾ...
അർപ്പിക്കുന്നു നിൻ പദാരവിന്ദത്തിൽ
കണ്ണീർ കണങ്ങളാൽ " അശ്രുപൂജ..."
****

സന്ധ്യ വാസു

മലപ്പുറംജില്ലയിലെ, തിരൂർ,തൃക്കണ്ടിയൂരിൽ ജനനം.
ഇപ്പോൾ തിരൂർ ഹനുമാൻകാവിനടുത്ത് താമസം.
ഭർത്താവ് : വാസു ,
മക്കൾ : കൃഷ്ണജിത്ത്, ഹരിജിത്ത്.
ഓൺലൈൻ എഴുത്തു മേഖലയിൽ സജീവമാണ്...
ഓൺലൈൻ മാഗസിനുകളിലും,അച്ചടി മാധ്യമങ്ങളിലും
രചനകൾ പ്രസിദ്ധീകരിച്ചിട്ടുണ്ട്...

14. അമ്മമനം

അമ്മയെന്ന രണ്ടക്ഷരപുണ്യം
അമ്മതൻ ജീവനെടുത്തല്ലോ
നമ്മൾതൻ പിറവിയെന്ന്
ഓർക്കുക നമ്മൾ എപ്പോളും
ഉള്ളിലെ കനലുകൾക്കിടയിലും
പൊന്നുണ്ണിയെ പുണർന്നു നെഞ്ചോടു
ചേർക്കുന്നു പൊൻമുത്തം തരുന്നതും
കൊഞ്ചിച്ചു ഊട്ടുന്നു താരാട്ടു പാടി
ഉറക്കുന്നു എന്നുടെ അമ്മതൻ പാലാഴി
അമ്മതൻ ശ്വാസവും നെഞ്ചിലെ നറു
അമ്മിഞ്ഞപാലും എല്ലാം നുകർന്നു
നിൻ ഉയർച്ചക്കായി തന്നുടെ മുണ്ടു
മുറുക്കി അരവയർ ആയി ഉറങ്ങിയ
അമ്മയെന്ന രണ്ടാക്ഷരത്തെ
ബാല്യത്തിൽ നിൻ കരം പിടിച്ചു നടത്തിച്ചു
യൗവ്വനത്തിൽ നിൻ വഴികാട്ടിയായതും
പിന്നീട്എപ്പോളോ നിനക്ക് അന്യയായയതും
നിൻകരം പിടിച്ചുനടക്കാൻമോഹിച്ചപ്പോൾ
നീ കരം തട്ടിയെറിഞ്ഞ നേരം ചുണ്ടുകൾ
വിതുമ്പിയത് നീയറിഞ്ഞോ ആ നെഞ്ചകം
തകർന്നതും നീയറിഞ്ഞോ..
ഒക്കെയും സഹനമെന്ന് കരുതി സഹിച്ച
അമ്മയെന്ന പുണ്ണ്യത്തിനെ നിന്റെ

അക്ഷമ വൃദ്ധസദനതിൻ മുമ്പിലായി
എത്തിയ നേരം ആ കണ്ണുകൾ നിറഞ്ഞു
നീയറിഞ്ഞോ..
****

ദീപ വേണുഗോപാൽ

മലപ്പുറം ജില്ലയിലെ തിരൂർ തുഞ്ചൻപറമ്പിന്റെ
അടുത്തുള്ള തൃക്കണ്ടിയൂർ എന്ന സ്ഥലത്താണ്
ജനനവും ഇപ്പോൾ സ്ഥിരതാമസവും.
അമ്മയും ഒരു സഹോദരനും ഒരു സഹോദരിയുമുണ്ട്.
മെഡിസിൻ ഹോൾസെയിലിൽ ജോലി ചെയുന്നു.
ഭർത്താവ് വേണുഗോപാൽ രണ്ടു മക്കൾ, വിഘ്നേഷ്,
വിവേക്.

15. പ്രണയം

ഓർമ്മ തൻ തീരങ്ങളിൽ നിന്റെ കരങ്ങളാൽ
കോർത്തു നടന്നൊരാ തീരങ്ങളിൽ
പൂത്തുമ്പികളായ് പാറിപ്പറന്ന കാലങ്ങളിൽ
എത്രയോ കിനാവുകൾ കണ്ടു ... കണ്ടു ... നമ്മൾ
എൻ മനം കരയുന്ന നേരത്തു നീ .....
എന്റെ കരങ്ങളാൽ കോർത്തു നടന്നൊരാ ....
തീരത്ത് അഴലിന്റെ ആഴിയിൽ
വീണു കിടക്കുന്ന ചിപ്പിയല്ലോ ഞാൻ ...
എൻമനം നൊന്തു കരയുന്ന നേരത്തു ....
പുഞ്ചിരി തൂകിയ തിരമാലയാണു പ്രണയ സഖീ നീ.....
ഒരിക്കലും കാണാത്ത കടലിന്റെ ആഴങ്ങളിൽ -
തെന്നായി കുളിരേകിയ തിരമാലകളെ
പോലെയാണെൻ പ്രണയം
അഴലിന്റെ ആഴിയെ സ്നേഹിച്ച
മൂക്കുവപെണ്ണിനെപോലെ
പ്രണയമാണിന്നെന്റെ പ്രണയം ....
തീരം പുൽകി എത്തി മടങ്ങുന്ന തിരമാലകളുടെ
പ്രണയചുംബനം പോലെയല്ലോ
എൻ പ്രണയം
തീരവും തിരമാലകളും ഉള്ള കാലവരെയും
എൻ ഹൃദയത്തിൻ
ഓർമ്മകളുടെ തീരത്ത് തിരമാലകളായി
മാറുന്നു പ്രണയ സഖീ ... എൻപ്രണയം

നിന്റെ മിഴികളാൽ എന്റെ കിനാവിൽ പ്രണയത്തെ
തിരിച്ചെടുത്തീടുവൻ ഇന്നും
കാത്തിരിപ്പാണ് പ്രാണസഖീ .....
ഇനിയും .... ഈ തീരങ്ങളിൽ
കൈ കോർത്തിരുന്നിടാം ....
തീരങ്ങൾ പുൽകുവാന്നെത്തുന്ന -
തിരമാലകളെ പോലെ നീ വരില്ലേ ...
പ്രണയ സഖി..... നീ വരില്ലേ ....
പ്രാണന്റെ പ്രാണനാം പ്രേമാർദ്രയായി
വരില്ലേ പ്രിയ സഖീ .... നീ വരില്ലേ ......
****

മലപ്പുറം ജില്ലയിലെ തിരൂരിനടുത്തുള്ള നിറമരുതൂരിൽ
തെക്കും കര നാരായണൻ നായരുടെയും പാലക്കാട്ട്
അരുന്ധതി അമ്മയുടെയും മകളായി 1980-ൽ ജൂലായ്

മാസം 8-ആം തിയ്യതി ജനനം.ഇപ്പോൾ തിരൂർ വൈരങ്കോട് തെക്കൻ കുറ്റൂർ എന്ന സ്ഥലത്താണ് താമസം.

ഭർത്താവ് ഗിരീശൻ ഏകമകൻ ആദർശ്

16. സ്വയംവരം.

സ്വയംവരമെത്രയുദാത്തം
പെൺകരുത്തിന്റൊരു വീര്യം
വെന്നിക്കൊടിക്കൂറ മേളം
വരേണ്യരാം വരശ്രുത രേറെ
എണ്ണം പറഞ്ഞ വിദ്യകളെല്ലാം
സ്വായത്തം അല്ലയവളിന്നബല
എത്ര മനോജ്ഞമീ സ്വയംവരം
തുല്യതയേകുമീ രാജനീതി.
പെണ്ണിന്റെ പ്രഭാപൂര വേദി
സ്വയം വര മാത്മാഭിമാനം
ഹാരമതൊന്നേന്തി കൈകൾ
തേടുന്നു കണ്ണുകൾ സൂര്യ പ്രഭയെ
നിരനിരയായവർ ഘോഷിപ്പു
യുവ രാജപ്പെരുമകളേറെ,
മോഹിനിയെക്കണ്ടു ചെമ്മേ
ഹാരത്തിൻ വേഴ്ചയെക്കാത്തും
ഒരു പദം മുന്നോട്ട് പോകേ ,
അസ്തമിച്ചീടുന്നു മോഹം.
തോഴിമാരെറിയുന്നു നോട്ടം
ഹാ, കഷ്ടം, കുമാരായെന്ന ഭാവം!
****

രമേശൻ കാഞ്ഞിരങ്ങാട് .

കണ്ണൂർ ജില്ലയിൽ കാഞ്ഞിരങ്ങാട് ആണ് ജൻമനാട്. കഴിഞ്ഞ ഇരുപത് വർഷത്തോളമായി ചെമ്പിലോട് എന്ന സ്ഥലത്ത് സ്ഥിര താമസം. കരസേനയിൽ ഇലക്ട്രോണിക്സ് ആന്റ് മെക്കാനിക്കൽ എഞ്ചിനിയറിംഗ് എന്ന വിഭാഗത്തിൽ നീണ്ട 30 വർഷ സേവനത്തിന് ശേഷം 2016 നവംബറിൽ വിരമിച്ചു. ഭാര്യ ഗീത. രണ്ട് മക്കൾ. മകൻ അഖിൽ രമേശ് മർച്ചന്റ് നേവിയിലും മകൾ ഐശ്വര്യ രമേശ് ഡോക്ടറുമാണ്. കുഞ്ഞു കവിതകളും ചെറുകഥകളും എഴുതുന്നു - എഴുതിത്തുടങ്ങുന്നുവെന്ന് വേണം പറയാൻ.

17. ഭൂമിയുടെ രോദനം

മക്കളായി കാട്ടിയ വികൃതികളെല്ലാം
അമ്മയായ് സഹിച്ചു കാലങ്ങൾ
ഇന്നിന്റെ കരളുരുകും കാഴ്ച്ചകൾ,
കാണാനാവാതെ കണ്ണുകളടച്ചു
പിച്ചിച്ചീന്തുന്നപിഞ്ചിളം മേനികൾ,
ജീവനു കേഴുന്ന പെണ്ണിന്റെ വിലാപം
മതഭ്രാന്തന്മാർ കാട്ടും പേക്കൂത്തുകൾ,
കാമഭ്രാന്തിൽ കൊടും ക്രൂരതകൾ
കണ്ണു തുറക്കാനാവാതെ അന്ധയായി
കാതുകൾ കൊട്ടിയടച്ചു ബധിരയായി
ചുടുനിണത്തിൽ എന്മേനി വിവർണ്ണമായി
ഹൃദയം മുറിച്ചു കരളു തുരന്നെടുത്തു
അന്ധയായി ബധിരയായി ഹൃദയമില്ല
എന്തിനായെൻ പിറവി ആഘോഷിപ്പൂ
എന്മുറിവുകളിൽ നിന്നൊഴുകും നിണം
പ്രളയമായി മുക്കുന്നിടയ്ക്കിടെയിവിട
****

സുബാല

സുധ ബാലൻ(സുബാല) പത്തനംതിട്ട ജില്ലയിൽ ഇരവിപേരൂർ മണ്ണീട്ടിൽ സരസ്വതിയമ്മയുടെ നാലു മക്കളിൽ ഇളയവളാണ്. സ്കൂൾ ഫൈനലും, തുടർന്നു ടെലികമ്മ്യൂണിക്കേഷനും ശേഷം, കൊൽക്കത്തയിലെത്തി. ഇപ്പോൾ ഒരു വീട്ടമ്മ ആയി കഴിയുന്നു. ഭർത്താവ് ബാലൻ പിള്ള, രണ്ടു മക്കൾ, ശ്രീധ , സിദ്ധാർത്ത് .

ഇപ്പോൾ നൂറിനു മേൽ കവിതകൾ, അനേകം ചെറുകഥകൾ, ലേഖനങ്ങൾ, ഭക്തിഗാനങ്ങൾ, ഓർമ്മകുറിപ്പുകൾ സ്വന്തം രചനയായുണ്ട്.

18. എന്റെ വരികൾ

എന്റെ വരികൾക്ക് നിറച്ചാർത്ത് നല്കിയപ്പോൾ
എന്റെ വരികൾ പുനർജനിക്കുക ആയിരുന്നു
എന്റെ അനുഭവങ്ങളെന്നിൽ മഴവില്ല് തീർത്തപ്പോൾ
അവിടെയെൻ വരികൾ പുഞ്ചിരി തൂവുക ആയിരുത്തു
എന്റെ   സ്വപ്നങ്ങൾക്ക്   ഞാൻ   നിർമ്മലരുപം
കൊടുത്തപ്പോൾ
എന്റെ വരികൾ ചലിക്കുകയായി. എന്റെ കൈകളാൽ
വരികൾക്ക് മാസ്മരാനുഭൂതി നൽകിയപ്പോൾ
എന്റെ വരികൾ അങ്ങനെ ജനനം കൊണ്ടേയിരുന്നു
ഇനി ഒരു അവസാനം കാണും വരെ എന്റെ വരികൾ
അങ്ങനെ ജനിച്ചുചലിച്ചുകൊണ്ടേയിരിക്കും
ഒരു അവസാനം കാണും വരെ തീർച്ച!!
****

ഹസീന നജീബ്

Hsaeena Najeeb
Shanaz Manzil, 17/697
V.S.Govindhan Road
Palluruthy,kochi ,682006.

ആനുകാലികങ്ങളിൽ കഥകളും, കവിതകളും എഴുതുന്നു, സാമൂഹികപ്രവർത്തകയും, പശ്ചിമകൊച്ചിയിലെ രാഷ്ട്രീയ സാമൂഹിക കലാ സാഹിത്യ സാംസ്കാരിക മേഖലകളിലിൻ പോത്സാഹനം നൽകി മുന്നിൽ നിൽക്കുന്ന സജീവസാന്നിദ്ധ്യവുമാണ്

19. കരിയില

കരിയില, ഞാനിന്നുവിണു പോയി.
ഞെട്ടറ്റ് പെട്ടെന്നു വീണുപോയി.
കദനങ്ങൾതന്നെ,
എങ്കിലുമിപ്പോൾ പറയാതെ വയ്യെന്റുടപ്പിറപ്പേ..
പച്ചയിലന്നു നിൻ തിളക്കത്തിൻ
പത്തരമാറ്റയിരുന്നെനിയ്ക്കു.
തഴുകി തലോടി ചോരനാം അനിലനെന്നെ
അനുരാഗ സ്വർഗ്ഗത്തിലേക്കുയർത്തി.
പ്രണയാർദ്രമായെന്നെ മാരുതൻ പുൽകുമ്പോൾ
ചാമരം വീശി തോഴിയായ് നീയും.
പൂമഴ പെയ്യുന്ന രാവിലെല്ലാമെന്റെ
പൂമേനി പരിരംഭണ സുഖമറിഞ്ഞു.
കണ്ടില്ല, കേട്ടില്ല വേദനകളൊന്നുമേ,
ഞെട്ടറ്റു വീഴുന്ന ബന്ധങ്ങളും.
വസന്തങ്ങളൊക്കെ കടന്നു
പോയി എൻ മരതകപ്പച്ചയും മഞ്ഞയായി.
മാരുതനെന്തോ മറഞ്ഞു പോയി.
എൻ ജീവജലമെല്ലാം വറ്റീട്ടും വന്നില്ലവൻ.
പിന്നവൻ പേമാരിയായെന്നെ വീഴ്ത്തി,
സ്നേഹത്തലോടലായി നിന്നിലെത്തി.
ഇന്നു ഞാനവൻ
കാണാതൊളിക്കുന്നു, കഷ്ടം
എന്നമ്മതൻ തണലിൽ അലിഞ്ഞു ചേരാൻ.

ഇന്നു ഞാൻ വെറും കരിയില,
എൻ വിധിതൻ ഗതിയോർത്തു് നീ ചിരിക്കേണ്ട...
"ഇന്നു ഞാൻ നാളെ... നീ . "ഇന്നു ഞാൻ നാളെ ..നീ "!
****

പ്രസാദ് ശ്രീധർ

പ്രസാദ് ശ്രീധർ
ആലപ്പുഴ ജില്ലയിൽ നൂറനാട് ജനനം
മാവേലിക്കര കുടുംബക്കോടതിയിൽ ഉദ്യോഗസ്ഥൻ.
ആനുകാലികങ്ങളിലും നവ മാധ്യമങ്ങളിലും കഥയും
കവിതയും പ്രസിദ്ധികരിച്ചിട്ടുണ്ട്

20. മലയാളമണ്ണ്

കേരളനാടേ... മലയാള നാടേ,,
ഉലകത്തിലെന്നും വിളങ്ങിടേണേ,
കേരവൃക്ഷങ്ങൾ നിറഞ്ഞനാടേ..
സഹ്യന്റെ പുണ്യമാം മലനാടേ...
ആശാനും തുഞ്ചനും ചെറുശ്ശേരിയും
കവികൾ ധാരാളമീ മലയാളമണ്ണിൽ..
ഹിന്ദുവും ക്രിസ്ത്യനും മുസൽമാനും
നാട്ടിൽ സഹോദര്യത്തിന്റടയാളം !!
കലകൾക്ക് പേരുകേട്ടൊരു നാട്,
വർണ്ണ വൈവിധ്യം നിറഞ്ഞൊരു നാട്
കണ്ണിനും മനസ്സിനും കുളിർമ്മ നൽകും
ദൃശ്യവിസ്മയങ്ങളാണെവിടേയും
മണ്ണിന്റെ മാറിൽ വിത്തെറിഞ്ഞും
കർഷകൻ ജീവിതഗന്ധം പൂകുന്ന നാട്,
ചേരളമെന്നത് ലോപിച്ചു പിന്നെ
കേരളമെന്നായി തീർന്നൊരു നാട് !
നന്മനിറഞ്ഞൊരു മലയാളനാട്ടിൽ
മലയാണ്മ വിളങ്ങുമീ മലനാട്ടിൽ
ജന്മം നൽകിയ അച്ഛനുമമ്മയ്ക്കും
ഈശനോടും ആദരവുണ്ടെന്നും

****

രേവതി പുലരി

തിരുവനന്തപുരം സ്വദേശി.
തൂലിക നാമം രേവതി പുലരി.
പ്രവാസിയാണ്.
അച്ഛൻ   റിട്ടയേർഡ്   ബി.എസ്.എൻ.   എൽ
ഉദ്യോഗസ്ഥൻ
എസ്. ജനാർദ്ദനൻ നായർ.
അമ്മ എസ്. പ്രസന്നകുമാരി വീട്ടമ്മ.
രണ്ടു സഹോദരങ്ങൾ.
ഭർത്താവ് ഗോപകുമാർ പ്രൈവറ്റ് സെന്ററിൽ ജോലി
ചെയ്യുന്നു. മക്കൾ ഗൗരികൃഷ്ണ എട്ടാം ക്ലാസ്സിലും,
ഗൗതമികൃഷ്ണ ആറാം ക്ലാസ്സിലും പഠിക്കുന്നു.

21. കടലിരമ്പം

ഒടുവിലത്തെ വാക്കും ചൊല്ലിപ്പോയവന്റെ
ഉയിരിനായ് പ്രാർത്ഥിച്ചു
പെണ്ണവൾ,
കടൽക്കരയിലിരിപ്പു തുടരുന്നു
മൂന്നാം നാളും...
"മൂന്നു നാളുകഴിഞ്ഞിടിൽ
കാത്തിരിപ്പിന് ഫലമതില്ല"
പഴങ്കഥയിലെ വാക്കുകൾ
കാതിലലകൾ തീർക്കവേ,
അകലെനിന്നു കേൾക്കും
കടലിരമ്പത്തോടൊപ്പം
തുഴയെറിഞ്ഞുവരുന്നവൾതൻ മാരനും...
ഉള്ളറിഞ്ഞവൾ സ്വയമെയോതി
പെണ്ണേ നീ സൗഭാഗ്യവതി....
****

സി.ജി.ഗിരിജൻ ആചാരി

കോട്ടയം ജില്ലയിൽ തലയോലപ്പറമ്പിനടുത്ത് തോന്നല്ലൂരിൽ താമസം.

ചെറുപ്പംമുതൽ കവിത, കഥ, ഗാനങ്ങൾ, ലേഖനങ്ങൾ, നാടകങ്ങൾ,

നാടൻപാട്ടുകൾ, കഥാപ്രസംഗം, ഹാസ്യകഥകൾ തുടങ്ങിയവ എഴുതിവരുന്നു...

കലാ സാഹിത്യ സാമൂഹിക സാംസ്കാരിക ജീവകാരുണ്യപ്രവർത്തനങ്ങളിൽ സജീവം.

വിവിധ പ്രസിദ്ധീകരണങ്ങളിലും നവമാധ്യമകൂട്ടായ്മകളിലും

സൃഷ്ടികൾ പ്രസിദ്ധീകരിച്ചുവരുന്നു..

ഭാരതീയ ദലിത് സാഹിത്യ അക്കാദമി അംബേദ്കർ പുരസ്കാരം, നവഭാവന ചാരിറ്റബിൾ ട്രസ്റ്റ് ഹൃദയകുമാരി പുരസ്കാരം, എ. അയ്യപ്പൻ പുരസ്കാരം ഉൾപ്പെടെ നിരവധി പുരസ്കാരങ്ങളും ലഭിച്ചിട്ടുണ്ട്.

22. പുതിയ ഭൂമി

പുറത്തുപോയിട്ടൊത്തിരി നാളായി..
ഇന്നുമഴയത്തൊരിടത്തു പോകേണ്ടി വന്നു.
വീഥികൾ വിജന -മില്ലൊരു തിക്കുംതിരക്കും.
കാതടപ്പിക്കുമീരമ്പലില്ലാകറുത്തറോഡുകൾ
തോളത്തു കൈയിട്ടൊരു ചങ്ങാതിയേംകണ്ടില്ലെങ്ങും
വാ മൂടിക്കെട്ടി ഞെട്ടിയകന്നു മാറുന്നു മായുന്നു
മന്ദസ്മിതം ഓർമകൾതൻ അപൂർണതകൾ.
വാ മൂടിയ ലോകം. ഇതേതു കാലം ?
അണുബോംബിട്ട മാനവനേ'വിരൽതുമ്പിനാൽ
വിറപ്പിച്ചൊരു കുഞ്ഞാനണുജീവി നീയാരു ?
ഞെട്ടിയടരുംഓടാമ്പലുകൾമൌനത്തിൻ മഹാ-
തമസ്സെന്റെ ഹൃത്തിൽ തൊട്ടുവിളിക്കുന്നോ.
ഏതോ പിൻവിളികൾ തേഞ്ഞ മെതിയടികൾ
പുനർജ്ജെനികളൊഴുകിയ പുഴതൻതേങ്ങലുകൾ
ഇരുണ്ടുപോകുന്നഭൂഖണ്ഡത്തിൽ ക്ഷോഭിക്കുംകടല്
തിരയിളക്കി കവർന്നെടുക്കും തീരവുംപൂഴിയും.
ഈശാനുകോണിൽ ചുറ്റിതിരിയുന്നൊരു
കൊടുങ്കാറ്റിൻ ശീൽക്കാരം ഇടറുമ്പോൾ..
എത്ര നിസ്സാരർ നാം പാവങ്ങളീ ഭൂമിയിൽ
കാലമേ കവലാളാകുക നീയെനിക്ക്..!
****

ഷീല ലൂയിസ്

അഡ്രെസ്സ് ചെറുപുനത്തിൽ ഹൗസ്, DRA 14, പച്ചാളം പി ഒാ. കൊച്ചി 682012 സ്കൂൾ.- chathiath LMCCHSG. കോളേജ്- Ernakulam St.Theresas കോളേജ്. ബാലപംക്തികളിലൂടെ എഴുതി തുടങ്ങി.അഖിലകേരളാടിസ്ഥാനത്തിൽ കഥയ്ക്ക് ധാരാളം ഒന്നാം സമ്മാനം (സ്വർണ്ണമെഡൽ ഉൾപ്പെടെ) കിട്ടിയിട്ടുണ്ട്. ആനുകാലികങ്ങളിൽ എഴുതുന്നുണ്ട്. ഒരു നോവൽ മംഗളം വാരികയിൽ വന്നു കഴിഞ്ഞു (കാനാൻ ദേശത്തെ രാജകുമാരി).രണ്ടു ചെറുകഥ സമാഹാരങ്ങൾ ഇറങ്ങിയിട്ടുണ്ട്. 1. പെട്ടെന്നു വന്ന മഴ, 2. Fr തോമിന്റെ അരുളപ്പാടുകൾ. ഭർത്താവ് Sree Eugine Luiz(Retd) രണ്ടു മക്കൾ. മൂത്ത മകൻ Sanfred Luiz,ഇളയമകൻ Darel Luiz. ഫോൺ 82812 48807

23. മൺഹൃദയം

അറിഞ്ഞില്ല, താഴിട്ടു കാമം പകർന്ന
നിൻ   ഹൃദയമൊരു   മാംസപിണ്ഡമെന്നുമതൊരു
കളിമണ്ണാൽ
പൊതിഞ്ഞ മൺഹൃദയമെന്നും.
കുറ്റബോധമേതുമൊഴുക്കി ചിഹ്നമേറ്റ
കഴുത്തിനുവീണ്ടും താലിയാവർത്തനം.
പേരൊന്നുമില്ലാത്ത ആണിന് ചേരാത്ത
ചിഹ്നമതൊന്നാണു പ്രണയിതാവ്.
നിൻ മധുമൊഴികൾ കാത് നിറച്ചൊരെഴുത്തിന്റെ
മാറാപ്പിൻകെട്ടിനുള്ളിൽ
വിറയാർന്ന വിരലിന്റെ പേനത്തുമ്പിൽ
വിരിഞ്ഞ കള്ളങ്ങളാണെൻ കവിതകൾ.
അച്ചിൻമഷിയേൽക്കാതെ ദാരിദ്ര്യം
ചിതലേറ്റരചനകളിറയത്ത് പൂഴ്ത്തി
ഞാനെൻ പേനയുടെ കൂർപ്പൊന്നു കൂട്ടി
എരിയുന്ന മനസ്സിന്റെ ഹൃദയം മുറിച്ചു.
****

ബേബി പുത്തൂപ്പാട്ട്

"ശ്രീരാഗം"
NSS സ്കൂളിന് സമീപം
തെക്കുംമുറി (PO)
പോലീസ് ലൈൻ,
തിരൂർ.
മലപ്പുറം ജില്ല.

24. ചിതൽ പുറ്റ്

എവിടെയുമേകാന്ത താളങ്ങൾ മാത്രം
ലോകമൊട്ടാകെ വിറുങ്ങലിക്കുന്നു.
മരണ പേമാരിയായി യെങ്ങും നിറയുന്നു.
മാനവശാശിക്കു മേലെയിവൻ.
ഉന്നത ശാസ്ത്ര ഗണിതങ്ങൾ പോലും .
അന്തിച്ച് നിന്നു ഭയപ്പെടുമ്പോൾ.
കടലുകൾ മേടുകൾ കാടുകൾക്കിപ്പുറം...
മരണ ഭയവുമായി യെത്തുകയായി...
തടയാൻ തൻഷണമില്ലായ്മ ചെയ്യാൻ ...
കരളുറപ്പോടെ പൊരുതുന്നുവെങ്കിലും...
കാരുണ്യമില്ലാതെ പടരുന്നു മാരീ
സ്പ്നങ്ങൾ കാണും മാനവനിൽ .
എല്ലാം നിശ്ചലം വീഥികൾ ശൂന്യം."
വീടിനകത്തായി മൂകത മാത്രം.
തമ്മിൽ നോക്കുന്ന കണ്ണകളിലായ് ..
കരളലിയിക്കുന്ന ദുഖഭാവം..
രാവും പകലുമൊന്നായി മാറുന്ന .
മാനവരാശിതൻ വർത്തമാനം:
തീ കോരിയിട്ടു കടന്നുപോവുമ്പോൾ:
പിന്നെയും പ്രാണൻ കൊഴിഞ്ഞിടുന്നു
തെരുവുകൾ റോഡുകളിടവഴികൾ...
ജീവചലനങ്ങളെന്നും തുടിക്കുന്നിടം."
ഇന്നവയൊക്കെ യിരുളാൽ പൊതിഞ്ഞ ..

ദീകര രൂപമണിഞ്ഞു കിടപ്പൂ
പോക്കില്ല വരവില്ല കുശലം പറയില്ല :
നോട്ടത്തിൻ പോലും പേടി നിറയും..
പുറകോട്ടിറങ്ങി ചുവരുകൾക്കുള്ളിൽ
ചിതൽപ്പുറ്റു തീർത്ത് കഴിയാൻ വിധി'
ആർത്തുചിരിച്ചവർ അതിർ വേലി കെട്ടി
സമ്പന്നരെന്നു ഭാവിച്ചവർ..
തമ്മിൽ പൊരുതാൻ കോടികൾ കത്തിച്ച് .
വിശ്വം പിടിക്കാൻ തക്കം പാർത്തവർ.
പട്ടിണിയാറാട്ടാടുമിടങ്ങളിൽ..
ഒരു കൈ സഹായം ചെയ്യാൻ മടിച്ചവർ
അവരുടെ ഹാർട്ടും കിഡ്നിയും ലിവറും
പണത്താൽ വാങ്ങി ജീവൻ പിടിച്ചവർ
വിരോടെ ആകാശം മുട്ടും ഗർവോടെ
വാളോങ്ങിലോകം വിറപ്പിച്ചവർ :
വീഴുന്നു കേഴുന്നു ദയനീയമായി..
കൈ രണ്ടാം നീട്ടുന്നു കരുണയ്ക്കായ്.
ആരിതു സൃഷ്ടിച്ച് ആരിതു വളർത്തീ
ആരാണിവിടെ രക്ഷപെടുന്നത്..
അറിയില്ല അടഞ്ഞ ദേവാലയങ്ങളിൽ
ദൈവവും മൺകൂനക്കുള്ളിലിപ്പോൾ.
****

പി.ആർ രമേശൻ

പി.ആർ രമേശൻ
പള്ളിപ്പറമ്പിൽ
കുമ്പളങ്ങി
കൊച്ചി
ഭാര്യ, രണ്ടു മക്കൾ
തൊഴിൽ : ഡെൻ മലയാളം ടെലിനെറ്റിൽ ഓഫീസ്
സ്റ്റാഫ്

25. ഒറ്റ ചിറകുള്ള പക്ഷി

താണ്ടുവാനേറേ ദൂരമതുണ്ടെങ്കിലും
തളർന്നങ്ങിരുന്നല്ലോ പൂമരച്ചില്ലയിൽ ....!
കൊക്കിലൊതുങ്ങുന്നതും കൊത്തി ഞാനെത്തുന്നതും
നോക്കിയിരിക്കും മക്കൾ തൻ മുഖമെൻ മുന്നിൽ
പൊടുന്നനയങ്ങു പാറി പറന്നു ഞാൻ.......
ആവതെങ്ങനെയൊറ്റ ചിറകുമായി ....!
ഈ പാരിലെന്തിനു ഭൂജതനായി ഞാൻ
പാടുന്നതൊക്കെയും പാഴ്സ്വരമല്ലയോ ..." "
ഏതോ മരച്ചില്ലയിലാരോമെനഞ്ഞൊരു
കൂട്ടിലാണഭയമെന്നാധിയും കൂട്ടിന്
വറുതിയിലാറാടിയുറങ്ങിയ പാരിൽ
തേടുന്നു ഞാൻ ഒരുതരിമണിയത്രയും
മയങ്ങുന്നോരമെൻ ചാരത്തണയും കിനാക്കളിൽ
കാണുന്നതൊക്കെയും വർണ്ണപ്പകിട്ടുകൾ
ഒരിക്കലുദിക്കുമാക്കുന്നിൻ ചെരുവിൽ
പുതുവസന്തത്തിൻ പുതുനാളാമായി ഞാൻ.........!!??
****

ഷൈജു ടി കോവിൽ

തെക്കും കോവിൽ
കുമ്പളങ്ങി PO
കൊച്ചി
ഭാര്യ - ജെയ്സിലിൻ
മക്കൾ അഭിഷേക് ടി ഷൈജു
അലോന ടി ഷൈജു
തൊഴിൽ : ഓട്ടോ ഡ്രൈവർ

26. ഓർമ്മകളുടെ ആത്മാക്കൾ

അന്ന് നീ തന്ന വാക്കുകൾ
വർഷങ്ങൾക്ക് മുൻപേ,
ഞാൻ ഉപേക്ഷിച്ചിരുന്നു.
എന്റെ കുഞ്ഞു ഹൃദയത്തിൽ,
നിന്റെ മുഖപുസ്തകത്തിലൂടെ
നീ കോറിയിട്ട അക്ഷരങ്ങളെ
അന്നേ ഞാൻ കളഞ്ഞിരുന്നു.
വരകൾ ;വൃത്തങ്ങൾ ,
വളവുകൾ; തീയതികൾ,
സ്വപ്നങ്ങൾ ;ചുംബനങ്ങൾ,
എല്ലാം ഇന്നെനിക്കന്യം.
സ്നേഹത്തിൻ മഞ്ഞുകണങ്ങൾ
അലിഞ്ഞലിഞ്ഞു പോയി.
ഉണങ്ങിയ എഴുത്തോലകൾ
ദ്രവിച്ചു പൊടിഞ്ഞു പോയി.
പ്രണയാഗ്നിയുടെ ചൂടുള്ള പുക,
ആകാശ ചക്രവാളത്തിൽ
വിലയിച്ചില്ലാതെയായി.
അവസാനം ശേഷിച്ച
ഓർമ്മകളുടെ ആത്മാക്കൾ
അപ്പൂപ്പൻ താടികൾ പോലെ
ഗതിയില്ലാ പ്രേതങ്ങളായി

എവിടെയൊക്കെയോ അലയുന്നുണ്ട്.
മോക്ഷം തേടി.

****

സതീഷ് തോട്ടശ്ശേരി

സ്വദേശം: പാലക്കാട് ജില്ലയിലെ
നെമ്മാറക്കടുത്തുള്ള അയിലൂർ.
ബാംഗളൂരിൽ സ്ഥിരതാമസം.
ഹെവല്റ്റ് പക്കാർഡിൽ നിന്നും (H.P) അഡ്മിൻ.
മാനേജരായി വിരമിച്ചു.
Bengaluru ഡെക്കാൻ കൾച്ചറൽ സൊസൈറ്റി
പ്രസിഡന്റ്.

നാടക രംഗത്തു സജീവമായിരുന്നു
സാമൂഹ്യ മാധ്യമങ്ങളിലും, ആനുകാലിക
പ്രസിദ്ധീകരണങ്ങളിലും
കഥയും, കവിതയും എഴുതിക്കൊണ്ടിരിക്കുന്നു.
യുണൈറ്റഡ് റൈറ്റേഴ്സ് ബാംഗ്ലൂർ നടത്തിയ ചെറു
കഥാ മത്സരത്തിൽ ഒന്നാംസ്ഥാനം നേടിയിട്ടുണ്ട്.
പ്രഥമ പുസ്തകം "അനുഭവ നർമ്മ നക്ഷത്രങ്ങൾ"

27. താതന്റെ വിലാപം

രാവേറെ ചെന്നിട്ടും രാപാടികൾ മയങ്ങിയിട്ടും
ഉറങ്ങാത്തതെന്തേ നീയെന്റെ പെണ്ണാളേ.
നിൻ കണ്ണിണകളിൽ കദനത്തിൻ
കണ്ണീർ ചാലുകൾ ഞാൻ കാൺമതല്ലോ.
കീറ പുല്ലു പായയിൽ നീ കണ്ട
സ്വപ്നങ്ങളോ പാഴ്കിനാവായയല്ലോ.
മനതാരിൽ നീ മീട്ടിയ മോഹത്തിൻ
മാണിക്യ വീണയും വീണുടഞ്ഞുവല്ലോ.
നിൻ ഇളം മെയ്യോടൊട്ടി കിടക്കും ഓമന പൈതലിൻ
വെൺമുഖം വാടി തളർന്നതെന്തേ?
പട്ടിണി തളർത്തിയ നിൻ മാറിടത്തിൻ
അവസാനയിറ്റു പാലും വറ്റിയോ ?
പ്രിയേ, നിന്നെയും
പ്രാണനാം എൻ കുഞ്ഞിനേയും നോക്കി
ചാരത്തണയാനാവാതെ ഏകനായിന്നും
നീലാകാശ കുന്നിൻ ചെരുവിൽ പാവം നിൻ കാന്തനും
എൻ കുഞ്ഞിൻ താതനുമായൊരീ പാവം നക്ഷത്രം ,
കദനത്താൽ തോരാത്ത കണ്ണീരെത്ര വാർത്തിടുന്നു.
കണ്ണീർ പുഴകൾ കൈവഴിയായൊഴുകീടുന്നു.
****

ഉഷ ദാസ്

തൃശൂർ ജില്ലയിൽ ചെന്ത്രാപിന്നിയിൽ താമസിക്കുന്നു. അച്ഛരനും ഭർത്താവും രണ്ട് പെൺമക്കളും അടങ്ങുന്ന കുടുംബം. പെൺമക്കൾ വിവാഹിതകളാണ്. ഉദ്യോഗാർത്ഥം അവർ വിദേശത്താണ്. എഴുത്തും വായനയും ഏറെ ഇഷ്ടപ്പെടുന്ന ഞാൻ ഇത് വരെ ഇരുപത്തഞ്ചോളം ചെറുകഥകൾ എഴുതിയിട്ടുണ്ട്. 2022 ജനുവരിയിൽ എന്റെ ചെറുകഥാ സമാഹാരം പബ്ളിഷ് ചെയ്യുവാൻ ആഗ്രഹിക്കുന്നു.

28. കാലപാശം

ഊഴം മറന്നുവോ ചിത്രഗുപ്താ
നിന്റെ പക്ഷഭേദ തൈലം
പാശത്തിൽ വീണുവോ,,,
ഉരിയാടുവാൻ പോലുമാകാത്ത
വൃദ്ധരെ ഉയിരെടുക്കേണ്ട
കണക്കിൽ പിഴച്ചുവോ,,,
ഉറയുന്ന നിണമത് യുവതയുടെ
ധമനികളിൽ പാശക്കുരുക്കായി
മാറുന്നുവൊ,,,
ഊറിച്ചിരിക്കുന്ന ചിത്രഗുപ്താ
നീയും ഉതവികൾ ചെയ്യുന്ന
ഭാവത്തിലാണൊ,,,
ഉയിരിനെ തിന്നുന്ന അർബുദ
ഞണ്ടായി ഉണ്ണികളെ
തേടിയലയുന്നുവോ,,,
ഉണർവിനെ തിന്ന് മനസ്സിനെ
കൊന്ന്നീ ആത്മഹൂതിക്കായി
പ്രേരണയാകുന്നുവോ,,,
ചിത്രഗുപ്താ നിന്റെ നീചമാം
ചെയ്തികൾ ന്യായമാണോ
യെന്ന് ചിന്തിക്കുമൊ,,,
ഉത്തരം കിട്ടാത്ത ചോദ്യങ്ങളാണോ
നിന്റെ പുസ്തക താളിലെ ലിഖിതങ്ങളൊക്കെയും,?

ഉണ്മയാണിപ്പോൾ മഹിഷം
ചിരിക്കുന്നു ചിത്രഗുപ്തന്റെ
കണക്കതു കണ്ടീട്ട്,,,
ചിത്രഗുപ്തന്റെ കണക്കതു കണ്ടീട്ട്,,,
****

ജ്യോതി പ്രഭാകരൻ

ഞാൻ ജോതീഷ് പറക്കൽ എന്ന ജ്യോതി പ്രഭാകരൻ,
സ്വദേശം തൃശൂർ കുറേയേറെ വർഷങ്ങളായി
തിരുവന്തപുരത്ത് സ്ഥിരതാമസം, ഭാര്യയുടെ പേരു് കല
കുംബഭരണം.മകൾ ചിത്രിത B S C നെഴ്സിങ്ങ്
ഓഫീസർ പാരിപ്പള്ളി മെഡിക്കൽ കോളേജ്
,മകൻവൈശാഖ് VFX ആർട്ടിസ്റ്റ്

29. വിരഹനൊമ്പരം

മനതാരിൽ വിരിയുന്ന മഴവില്ലിൻ കാന്തിയിൽ
വിരിയുന്നു നിൻ മുഖം ശോഭയോടെ.
മിഴിയുടെ ജാലക വിരിയൊന്നു നീക്കി ഞാൻ
വിടവിലൂടൊളിഞ്ഞൊന്നു നോക്കി നിന്നു.
പുലരിതൻ സൗവർണ്ണ ദീപ്തമാം നിൻ മുഖം
കണ്ടു ഞാൻ കോരിത്തരിച്ചു പോയി.
ഇളവെയിൽ കൊണ്ടു നിൻ അധരങ്ങൾ പരസ്പരം
പരിഭവം ചൊല്ലുന്ന പോലെ തോന്നി.
അരികത്തണഞ്ഞു നിൻ വിരിമാറിൽ തല ചായ്ച്ചു
വിതുമ്പിക്കരയുമ്പോൾ പുണരുകില്ലേ.
സന്ധ്യാംബരത്തിന്റെ കുങ്കുമചോപ്പിനാൽ
ചുംബന പുഷ്പം നീ ചൊരിയുകില്ലേ.
നറുനിലാ രാത്രി തൻ മടിത്തട്ടിൽ മയങ്ങാതെ
കദനങ്ങളെല്ലാം പറഞ്ഞു തീർക്കാം.
****

സുജ ലാലു

എറണാകുളം ജില്ലയിലെ ആലുവക്കടുത്ത് തിരുവാലൂർ എന്ന ഗ്രാമത്തിൽ ജനിച്ചു.ഇപ്പോൾ വൈപ്പിൻ കരയിലെ ചെറായിയിൽ താമസം.

ഭർത്താവ്.. ലാലു , മക്കൾ.. അർജുൻ, അശ്വിൻ.

എഴുതാനും, വായിക്കാനും ഒരുപാട് ഇഷ്ടം.രണ്ടു പുസ്തകങ്ങളിൽ ചെറുകഥകൾ പ്രസിദ്ധീകരിച്ചിട്ടുണ്ട്.

30. കാത്തിരിപ്പ്

സഖി, വീണ്ടും പിണങ്ങിയോ നീ
മൊഴിമുത്തൊന്നുമുതിർത്തില്ലയെങ്കിലുമാ-
കവിളിൽ വിരിഞ്ഞതാം ചെന്താമരപ്പൂ
വെല്ലാംവെളിവായ് പറയുന്നു
മോഹവല്ലിയിലെ കിനാവിൻപൂക്കളടർത്തി-
ഞാൻ കോർത്തു തന്നതാം ജീവഗന്ധിയാം മാല നീ
ചൂടാതെ പാത്തുവച്ചുവോ
അനുരാഗ നിറമുള്ള സ്വപ്നക്കടലാസുകൊണ്ട-
ലങ്കരിച്ച, തുടിക്കും മാനസം അടക്കം ചെയ്ത യാ
പ്രേമസമ്മാനം തുറന്നു നോക്കാതെ നീ മാറ്റി വച്ചുവോ
കുളിരുന്ന രാവിലും കരയുന്ന നേരത്തും
തുടിക്കും ഹൃദയത്തിൻ ഗദ്ഗദം നീ കേട്ടില്ലയോ
വേനലകന്നുപോയ് വർഷവും വഴിമാറി
ശിശിരം കഴിഞ്ഞ് തളിർത്ത ചില്ലയിൽ വിടർന്ന പൂക്കളും
കൊഴിഞ്ഞു പോയെന്നിട്ടും
പ്രേമസമ്മാനം പൊതിയഴിക്കാതിരിക്കു-
ന്നിപ്പോഴും സഖി നിൻ വിരൽസ്പർശവും കാത്ത്
****

പെരുങ്കടവിള വിൻസൻറ്

1960-ൽ തിരുവനന്തപുരം ജില്ലയിൽ പെരുങ്കടവിളയിൽ ഒരു കർഷക കുടുംബത്തിൽ ജനനം. കേരള സർക്കാർ സ്റ്റേഷനറി വകുപ്പിൽ എറണാകുളം അസിസ്റ്റൻറ് സ്റ്റേഷനറി കൺട്രോളർ തസ്തികയിൽ 2016-ൽ സർവ്വീസിൽ നിന്നും വിരമിച്ചു. ഇപ്പോൾ കാഞ്ഞിരംകുളം KNM Arts & science കോളേജിൽ ഗസ്റ്റ് അദ്ധ്യാപകൻ. ഭാര്യ ഡോ. ഷീലകുമാരി. മണർകാടു സെൻറ്.മേരീസ് കോളേജിൽ അസോസിയേറ്റ് പ്രൊഫസർ.

മക്കൾ - Dr.വിനില വി.എസ്, അനില വി.എസ്

പുസ്തകങ്ങൾ

1. ഭൂമിയുടെ ഇടപെടൽ (കഥകൾ) മൾബെറി, കോഴിക്കോട്

2. വിരലുകൾക്കു മീതെ ചുണ്ടുകൾ (കഥകൾ) ഹരിതം, കോഴിക്കോട്

3. ഡിസംബറിലെ മഞ്ഞ് (കഥകൾ) ക്രൈസ്തവ ദീപിക, പബ്ളിക്കേഷൻസ്, തിരുവനന്തപുരം.

മൊ.9495314386

email: vincent20560@gmail.com

1. ഭൂമിയുടെ ഇടപെടൽ (കഥകൾ) മൾബെറി, കോഴിക്കോട്

2. വിരലുകൾക്കു മീതെ ചുണ്ടുകൾ (കഥകൾ) ഹരിതം, കോഴിക്കോട്

31. ചരടില്ലാപട്ടം

മൃദുലമാം പക്ഷിതൻ ചിറകിൻ
വർണ്ണപൊട്ടുപോലെ
നീലാകാശത്തിലൂടെ ഞാൻ മുങ്ങിയും പൊങ്ങിയും
വേഗത്തിലോടിയും നീങ്ങുന്ന കാഴ്ച
കണ്ടതാ കുട്ടി നിൽക്കുന്നു താഴെ
നീലമിഴികളി നുള്ളിലുള്ളതെന്തോ
ആഹ്ലാദമോ ആശ്ചര്യമോ എന്നിരുന്നാലും
ഞാനാഗ്രഹിക്കുന്നില്ലാ കുട്ടി തൻ
കരങ്ങളിനുള്ളിലെ കളിപ്പാട്ടമാകാൻ.
ഒന്നുകിൽ ഞാൻ പതിക്കും
ഒരു മഹാസമുദ്രത്തിൽ
അതോ ഒരു മരത്തിൻ ശിഖിരത്തിൽ
എങ്കിലും ഞാനാഗ്രഹിക്കുന്നില്ലാ
കുട്ടിതൻ കളിപ്പാട്ടമാകാൻ
സുഖമുള്ളൊരു കാറ്റതാ
എൻ മുഖത്തുരുമ്മി കടന്നുപോയപ്പോൾ
ഞാനോർത്തെൻ ബാല്യവും കൗമാരവും
പ്രിയമുള്ളരാ ചിന്തയിൽ നിന്നും
ഉണരുവാനായില്ലപ്പോഴേക്കും
മരണമെന്നേ പുൽകി ഉറക്കിയിരുന്നു.
****

ഷീജ പടിപ്പുരക്കൽ

ആനുകാലികങ്ങളിൽ കവിതകൾ എഴുതുന്നു. "കനിവ് " എന്ന പരസ്പരസഹായ സാന്ത്വന കൂട്ടായ്മയുടെ സാരഥിയാണ്. സാമൂഹ്യ പ്രവർത്തക എന്ന നിലയിൽ വിവിധ സംഘനകളുടെ ഭാരവാഹിയാണ്. ദീപം ജംഗ്ഷൻ,പള്ളുരുത്തി, 9048775569

32. അസ്തമയം

എന്നിലെയെന്നെ തൊട്ടുണർത്തി
നീയെങ്ങു പോയ് മറയുന്നു ?
എൻ പ്രിയനാം സൂര്യനായ് നീ -
ഉദിച്ചുയർന്ന് പ്രഭ ചൊരിഞ്ഞതല്ലേ?
അന്തിമാനം ചുവപ്പണിഞ്ഞിടുമ്പോൾ
ഒരു ദിനം കൂടി യെരിഞ്ഞതിൻ -
നൊമ്പരങ്ങളാവിയായതിൽ '
പൊങ്ങിപ്പറന്നിടും ഗദ്ഗദങ്ങൾ,
ആർത്തലച്ചെത്തിയതിരമാലകൾക്കപ്പുറം
ഇനിയും ശാന്തമായിടാ മാഴി തൻ -
നൊമ്പരച്ചുഴികൾ മൂടിക്കിടക്കുന്നു
എന്തിനായ് വന്നു സ്വപ്നങ്ങൾ പകുത്തു
എന്നിൽ നിറഞ്ഞ നിലാവായിരുന്നിട്ടും
ഒരു പകൽ വെട്ടം തട്ടിയപ്പോൾ -
എങ്ങു പോയ് മറഞ്ഞു നീ?
ഒരു കാർമുകിലായ് ഞാൻ
നിന്നരികിലെത്തിടുമ്പോൾ -
ഒരു വാക്ക് മറുവരി ചൊല്ലിടാതെ
അസ്തമിക്കുകയായയോ നീ?
ഒത്തിരിയോ തുവാനുണ്ടെന്നാകിലും
മൗനമായ് മറവിയിലലിഞ്ഞിടാൻ
വെമ്പുകയായ് നീയൊരു കനലായ് -
എരിഞ്ഞിടുമ്പോഴുള്ളിലൊതുക്കിയ -

ഋതുക്കൾ ഇനിയും വരുകില്ലേ?
ഇനിയൊരുജന്മംഎനിക്കായ് തരുകില്ലേ?

****

ഷൈലജസീന

തൃശൂർ ജില്ലയിലെ വെള്ളാങ്ങല്ലൂർ താമസം
ഭർത്താവ് മനോജ്
മക്കൾ - അൻസിൽ
അമീർ, അംജദ്.
വനിതാ-ശിശു വികസന വകുപ്പിലെ റിസോർസ്
അദ്ധ്യാപികയാണ്,
സോഷ്യൽ വർക്കർ, ബി.എൽ.ഒ എന്നിങ്ങനെയെല്ലാം
പ്രവർത്തിക്കുന്നു.എഴുത്തും ,വരയും ഇഷ്ടം.

33. ഒടുവിൽ

ഒന്നിങ്ങുനോക്കുമോ,
എന്നെന്നോട് ചൊല്ലിയവൾ....
ഒരു ചില്ലുകൂട്ടിനുള്ളിലിരുന്നു
നോവ് കുഞ്ഞുങ്ങളെ പെറ്റിട്ടവൾ....
ഒടുവിൽ നീയെൻ ചാരെ വന്നതെന്നെന്നോർക്കുന്നുവോ,
എന്ന ചോദ്യം...
ഒതുങ്ങിയ ശബ്ദത്തിലെൻ
പ്രിയസഖിയവൾ ചോദിച്ച നേരം...
ഒന്നും മിണ്ടാതെ ഞാൻ
മിഴികളകറ്റി, ദൂരെയെങ്ങോ നോക്കി...
ഒരുപാട് മധുരം കഴിച്ചിരുന്ന
നീയെൻ പ്രിയ സഖാ..
ഒടുവിൽ മധുരം കിനിയുമെന്നേ മറന്നതെന്തേ...
ഒച്ചയെടുത്തവൾ തൊടുത്തൊരാ
ചോദ്യശരമെനിക്ക് നേരെ...
ഒത്തുപോകാനാകില്ല പെണ്ണെ,
എൻ പ്രിയ സുന്ദരി...
ഒന്നാമതായ് എൻ മനസ്സിൽ
നീയെന്നുമുണ്ടെങ്കിലും..
ഒഴിവാക്കി നിന്നെ ഞാൻ
എൻ ജീവിതത്തിൽ നിന്നും...
ഒപ്പം ആ മധുമേഹമെന്നോട്
ചേർന്ന നാൾ മുതലെൻ ജലേബിയെ!!

ഒടുവിൽ നീയില്ലാതെ
മുന്നോട്ടു പോകുന്നു ഞാൻ...
ഒന്നിച്ചു ചേരുകയെന്നതിനി
കിനാക്കളിൽ മാത്രം....!!

****

വൈക

വൈകയെന്ന തൂലികാനാമത്തിൽ എഴുതുന്ന ഗീത
സതീഷ് പിഷാരോടി പാലക്കാട് ജില്ലയിലെ മണ്ണാർക്കാട്
സ്വദേശിനിയാണ്.ഗുജറാത്തിൽ ഭർത്താവ് സതീഷിനും
മകൾ അനന്യക്കുമൊപ്പമാണ് ഇപ്പോൾ
താമസം.സമ്മാനപ്പൊതി,വൈകയുടെ
കഥകൾ,നക്ഷത്രഗീതകം,അവൾ,മടക്കയാത്ര
എന്നിവയാണ് പ്രസിദ്ധീകരിച്ച കൃതികൾ.

34. ഇന്ദിരാഗാന്ധി

പ്രിയദർശിനി .... നിന്നെ സ്നേഹിച്ച,
ഏവരേയും നിത്യ ദു:ഖത്തിലാഴ്ത്തി,
ഭാരതത്തെ എന്നുമെന്നും ..
പ്രപഞ്ചമെന്നാകാശത്തിൽ,
തെളിഞ്ഞു നിന്നീടണം ദേവീ...
ഭാരത സംസ്ക്കാരത്തിൻ ,
ഭദ്രദീപമേ നമോ.... നമ...
ത്വൽപുത്ര കരങ്ങൾക്ക് ശക്തിയേകണേ ദേവീ ..
ഇന്ദിര അമർരഹോ ....
ലോകമുള്ളടുത്തോളം കാലം,
ജനകോടികളുടെ നേതാവേ .. പ്രിയങ്കരി,
വനിതാ ലോകത്തിന്റെ താഴിക പൊൻകുടമേ .. നമോ ..
നമ ,
കാൽ നൂറ്റാണ്ട് ഭാരതം ഭരിച്ച ഇന്ദിര.
ഭാരത ജനതയ്ക്ക് നൽകുവാനശ്രു മാത്രം പ്രിയേ ...
ലോക രാഷ്ട്രനേതാക്കൾ ആദരപൂർവ്വം വന്നു,
ഭാരതത്തിന്റെ അഭിപ്രായമാരാഞ്ഞിട്ടുണ്ടിവിടെ ...
മുൻ ചേരി ചേരാദ്ധ്യക്ഷയാം പ്രിയദർശനി ..
നിന്നെ നമ്മിക്കുണ്ട് ദേവി എന്നുമെന്നും,
തൻ പിതാവുമൊത്തു മക്കൾ രണ്ടുപേരുമായ് ,
ശക്തിസ്ഥലിൽ ഇനി അന്ത്യ വിശ്രമം കൊള്ളും ദേവീ ..
പ്രിയദർശിനിക്കിനി വിശ്രമം മാത്രം തായേ...
ലോകേശ്വരാ ... ഭവതിക്ക് ...

നിത്യശാന്തി നൽകണേ പ്രഭോ...

****

മേഴ്സി ജോസഫ്

സാമൂഹ്യ പ്രവർത്തനത്തിലും , ബിസിനസ് മേഖലയിലും കഴിവ് തെളിയിച്ച കലാകാരി, ആനുകാലികങ്ങളിൽ എഴുത്തുന്നു. വിവിധ സാഹിത്യ കൂട്ടായ്മകളിലെ ഭാരവാഹിയാണ്.

35. പ്രണയം

പ്രണയം എന്തിനോടും തോന്നാം.
എന്നിലാദ്യമുദിച്ചതാം പ്രണയം
ചെളിയിൽ വിരിയും കുസുമത്തോടായിരുന്നു
വിദ്യാലയങ്ങളിൽ ഗുരുക്കന്മാർ ബോർഡിലെഴുതും
ചോക്കിൽ നിന്നുതിരും പൊടികളോടായിരുന്നു.
മേലെ മാനത്തുദിക്കുന്ന നക്ഷത്രങ്ങളോടായിരുന്നു.
അന്ധകാരത്തിൽ വെളിച്ചം പകരുന്ന
മിന്നാം മിനുങ്ങിനോടായി എനിക്ക് പ്രണയം
കുങ്കുമച്ചെപ്പുതുറന്നു കടൽ തിരമാലകൾക്ക്
നിറം ചാർത്തും സൂര്യനോടാണ്
പ്രണയമെൻ മേനി തഴുകി തലോടിയ കാറ്റിനോട്
പൂവിൽ മധുനുകരും ശലഭങ്ങളോടാണ്
എനിക്കു പ്രണയം
ഇരുട്ടിൽ തനിച്ചാക്കും നിഴലിനോട് "
വർണ്ണിക്കാനാവാത്ത പ്രകൃതിയോട് "
തീരത്തെ ചുംബിച്ചു തിരിച്ചു പോകും
കടൽ തിരയോട് ...
മന്ദമായൊഴുകും കാറ്റിനോട് "
പച്ചപരവതാനി മൂടി പുതച്ച ഭൂമിപ്പെണ്ണിനോട് "
ചെമ്പട്ടു കസവുടുത്ത ചെമ്മാനത്തോട് "
വാഴ പൂവിൻ തേൻ നുകരും വണ്ടിനോടാണ്
എനിക്ക് പ്രണയം ...
മഴയെ കാത്തിരിക്കും വേഴാമ്പലിനോട്

പാട്ടു പാടും കുയിൽനാദത്തോട് !
ഇലത്തുമ്പിൽ നിന്നിറ്റു വീഴും മഴത്തുള്ളികളോട് "
അരുണകിരണമേറ്റു കാഞ്ചന
പ്രഭയാർന്നുല്ലസിച്ചീടുന്ന ഗോതമ്പുവയലിനോട്
എല്ലാറ്റിനോടും എനിക്ക് പ്രണയമാണ്
****

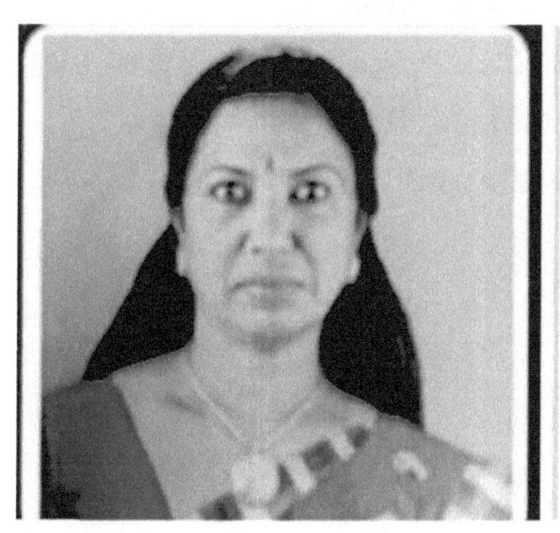

മാഗ്ളിൻ ജാക്സൺ

പഠനം മുംബൈയിൽ കോസ്മറ്റോളജി,
മെയ്ക്കപ്പ് , ബ്യൂട്ടിഷൻ കോഴ്സ്, ഫാഷൻ
ഡിസൈനിങ്,
നൃത്തം, സംഗീതം, ചിത്രകല, എന്നിവയിൽ മികവു
തെളിയിച്ചിട്ടുണ്ട്.
സൂര്യ, ഏഷ്യാനെറ്റ്, കൈരളി , ജീവൻ റ്റി വി , കൊച്ചിൻ
ചാനൽ , കെ സി വി എന്നീ ചാനലുകളിൽ , പാചകം,
ബ്യൂട്ടി , ക്രാഫ്റ്റ്, എന്നിവ അവതരിപ്പിക്കാറുണ്ട്.

ഡബ്ബിംങ്ങ് ചെയ്തിട്ടുണ്ട്.

കഥ, കവിത, ബ്യൂട്ടി , പാചകം, ക്രാഫ്റ്റ്, ഫീച്ചറുകൾ, മനോരമ,മാതൃഭൂമി, കന്യക, രാഷ്ട്ര ദീപിക, വനിത, സൗന്ദര്യ മാസിക, മഹിളാരതം, എന്നീ മാസികകളിലും സജീവമാണ്.

തോപ്പുംപടിയിൽ ഹെർ ചോയിസ് ഹെർബൽ ബ്യൂട്ടി ക്ലിനിക്ക് നടത്തിവരുന്നു.

കൊച്ചി ഹെർ ചോയ്സ് അസോസിയേഷന്റെ പ്രസിഡന്റായി പ്രവർത്തിക്കുന്നു.

ഭർത്താവ് ജാക്സൺ ...മക്കൾ മൂന്നുപേർ

36. ആശംസ

കൊച്ചിൻ സാഹിത്യ അക്കാദമി, കഥാമിത്രത്തിന്റെ പ്രവർത്തനങ്ങൾക്കും , വളർച്ചയ്ക്കും,വിജയത്തിനും എല്ലാവിധ ഭാവുകങ്ങളും നേർന്നു കൊള്ളുന്നു

സാജൻ പള്ളുരുത്തി

സിനിമാ സീരിയൽ താരം, തിരക്കഥാകൃത്ത്, കൊച്ചിൻ സാഹിത്യ അക്കാദമി കഥാമിത്രം കഥയരങ്ങ് രക്ഷാധികാരി.

പ്രദീപ് പള്ളുരുത്തി

സിനിമാപിന്നണിഗായകൻ, സംഗീതസംവിധായകൻ
സിനിമാ സീരിയൽ താരം സാഹിത്യ അക്കാദമി
കഥാമിത്രം കഥയരങ്ങ് രക്ഷാധികാരി.

Enter Caption